THANH XUÂN ĐI VẮNG
Đặng Tường Vy

THANH XUÂN ĐI VẮNG

Đặng Tường Vy

Dàn trang & Bìa: Nguyễn Thành
Nhân Ảnh ấn hành 2020
ISBN: 9781989924921
Copyright © 2020 by Dang Tuong Vy

THANH XUÂN ĐI VẮNG

Thơ
ĐẶNG TƯỜNG VY

NHÀ XUẤT BẢN
NHÂN ẢNH
2020

XEM BẢN VẼ THANH XUÂN ĐI VẮNG CỦA ĐẶNG TƯỜNG VY

Hà Khánh Quân

Trong vài năm gần đây, tôi được đọc nhiều thi phẩm viết bằng tấm lòng và tay nghề vững vàng. Hôm nay, tôi được đọc thêm một thi phẩm như vậy trong dạng chuẩn bị thành sách. Tập thơ mang tên Thanh Xuân Đi Vắng. Người làm nên tập thơ có quí danh Đặng Tường Vy.

Nhìn, đọc tên đã hiểu ra là một đóa nữ nhi. Người con gái chắc giàu nhan sắc ấy, có một tên khai sinh do cha mẹ đặt thật chân chất Việt Nam, thật gần với đồng xanh: Đặng Thị Lụa, mặc dù chị được ra đời trong lòng một đô thị lớn nhất Việt Nam: Sài Gòn. Năm sinh của chị sau một năm thủ đô này thất thủ, năm 1976. Chơi thơ lúc nào không rõ, nhưng cô gái làm thơ này đã có những thi phẩm, tuần tự theo nhau trình diện giới thưởng ngoạn:

- Giọt sương khuya (Nhà xuất bản Đồng Nai – 2015)
- Lá thu phai (Nhà xuất bản Văn hóa - Văn nghệ - 2016)
- Sóng tình (Nhà xuất bản Hội Nhà Văn – 2017)
- Sóng ngầm (Nhà xuất bản Hội Nhà Văn – 2017)
- Khói hôn mê (Nhà xuất bản Hội Nhà Văn – 2018)
- Bóng câu chìm nổi (Nhà xuất bản Nhân Ảnh - 2018, in tại Mỹ)

Trong bốn năm sáu tập thơ, cho đổ đồng mỗi tập chừng 120 trang, cưu mang độ năm mươi đến sáu mươi bài. Sức sáng tác như vậy kể như bền bỉ, mạnh mẽ. Tác giả chứng tỏ có niềm đam mê lớn cùng số lượng người vỗ tay khá đông. Viết và in luôn song hành đều đặn.

Với một người thích đọc thơ như tôi, tên tác giả này không xa lạ. Đã và đang ăn nằm trên mạng Facebook, tôi được hân hạnh đọc nhiều người, trong đó có Đặng Tường Vy. Rất nhiều người đánh giá thấp thơ xuất hiện trên sân chơi chung này. Với riêng tôi, một phần có vui vẻ góp tay trong cuộc, một phần khác dễ tính hơn, tôi ngầm nhận xét mọi cây viết thơ trên Facebook đều tốt. Người nào cũng có bài đáng đọc, và trong nhiều bài đáng đọc ấy không thiếu những câu hay với ý lạ. Thơ vốn là sự bắt chước nhau, từ ý tưởng người khác dễ nảy sinh ra những tứ riêng. Thơ dở tràn ngập, ở mọi phương tiện phổ biến không phải chỉ trên Facebook.

Tôi đã từng chọn in thơ Đặng Tường Vy trong tuyển tập Thơ Việt Đầu Thế Kỷ 21. Cuốn sách có thể chỉ có giá trị ở sự bề thế của số trang, số tác giả. Nhưng hy vọng tuyển tập này giữ đúng vai trò sưu tập thi bản một thời, không dám mong gì khác.

Đặng Tường Vy trong những bài mới viết, dồn chung

trong tên gọi Thanh Xuân Đi Vắng đọc thú vị hơn những bài tôi được đọc vội vã trước đây. Tập thơ này do Nhân Ảnh ấn hành. Nhà xuất bản này không xa lạ với tôi, đây cũng là một phần trong lý do tôi ba hoa đưa đường. Bài viết chỉ có tính cách làm đầy thêm phần hình thức vốn thường có ở một thi phẩm. Hy vọng chữ nghĩa phù phiếm ăn theo của tôi không phá hỏng nghệ thuật sáng tác của tác giả, và giữ được thân tình giữa hai lứa tuổi đời cùng làm thơ.

* Đặng Tường Vy phân loại và xếp vị trí bài viết trong lòng sách:

Khởi đầu, một bài duy nhất thể loại sau chữ. Tác giả ghi "Thơ Lục Ngôn" Tôi xin trích trọn vẹn:

Có ai khâu giùm tuổi trẻ
có ai nhuộm biếc mùa xanh
để con quay về bên mẹ
như ngày chân bước tập tành

người ta nhuộm xanh mái tóc
vụng về khâu vết chân chim
thời gian chuyền nhanh chân sóc
còn mẹ xin nhớ về tìm

ngày kia vàng ươm chuối chín
liêu xiêu dáng đứng mẹ già
tuổi thơ tìm qua lăng kính
nghẹn ngào nghĩa mẹ công cha

ai ơi, đừng lay ngọn gió
cuộc đời không rụng bên sân
ai ơi, giữ giùm trăng tỏ
cho mẹ tóc mãi màu xanh.

Với hai mươi câu, viết ngày 18-8-2019, được đặt tên

Ai Ơi, Đừng Lay Ngọn Gió, nêu lên sự nhớ thương, lòng biết ơn đấng sinh thành, điều này ai cũng dễ nhận ra. Cái thi vị của bài thơ không mới ở ý, mà ở cách viết. Đẹp ở cách dùng hình ảnh thân quen cũ nhưng dùng chữ thích hợp, tạo nên hình ảnh đẹp hơn, thơ hơn. Vẽ những nếp nhăn trên mắt mẹ, hai chữ "chân chim" không lạ, nhưng cách viết của tác giả tạo được sự mới mẻ "Vụng về khâu vết chân chim". Khâu đương nhiên không phải Tẩy hay Xóa (dù hai chữ đều có thể dùng ở đây), Khâu cho thấy sự nối kết, làm hẹp bớt nét nhăn, sít lại với nhau, nhằm giảm thiểu nét cao tuổi phần nào, vừa hợp lý với sự thật vừa giúp cả sáu chữ được dùng lung linh chất thơ. Ở một hình ảnh khác được rút từ ca dao, "mẹ già như chuối ba hương", Đặng Tường Vy tạo ra câu thơ khác "<u>ngày kia</u> vàng ươm chuối chín" có thể không đẹp hơn nhưng cũng là một câu viết lạ, chỉ có trong thơ.

Khi đặt tên cho thi phẩm Thanh Xuân Đi Vắng, hẳn nhiên phần nào tác giả thương tiếc thời kỳ tuổi trẻ của mình đã đi qua. Và bài mở đầu tập thơ vừa trích trên được chọn mở hàng như tiêu biểu cho nội dung toàn tập. Tác giả ta thán "thời gian chuyền nhanh chân sóc", thương tiếc thời kỳ được cha mẹ tập cho những bước đi đầu tiên "như ngày chân bước tập tành", và bất lực ngậm ngùi với câu hỏi đã có sẵn trả lời "có ai khâu giùm tuổi trẻ". Với những ưu điểm này bài tâm sự có đủ thi vị.

Những bài tiếp theo, được viết ở thể loại ngũ ngôn. Theo riêng tôi, thơ năm chữ gọn nhẹ dễ diễn đạt nội dung muốn viết, và là thể loại này rất ít thấy sự cùn nhẵn. Câu chữ của ngũ ngôn luôn giản dị thân quen mà vô cùng ấm áp, tự nó loại bỏ được những chữ sáo rỗng. Đặng Tường Vy có đến 29 bài dùng thể thơ này. Nhà thơ hình như đã ngầm chia thành các tiểu mục: thơ suy tư về cuộc đời giáo lý, về cuộc sống lưu lạc quê người, về sự thương nhớ quê nhà, người thân, bản thân và tình yêu.

Không thể giới thiệu nội dung từng bài một, hoặc mãi dựa theo thơ để tùy tiện giải thích bằng cảm nhận riêng. Dù việc làm này phù hợp để thực hiện đề tựa hay viết lời bạt cho một cuốn sách. Tôi viết vội mươi dòng cho tập thơ sắp ấn hành của Đặng Tường Vy với một ít hứng thú bắt gặp khi đọc, không dám chu toàn bổn phận của hai chữ đề hay bạt.

Điểm đầu tiên tôi gặp trong tập thơ: những bài ngũ ngôn của Đặng Tường Vy giàu ý tưởng về cuộc sống, về đức tin thể hiện qua những câu chữ xuất sắc. Điều tâm đắc này của tôi đúng hay sai, tốt nhất mời quí bạn đọc hết hai mươi tám mẫu tình cảm lẫn suy tư qua ngũ ngôn của tác giả. Tôi xin trích, tán chơi một đôi bài:

"A Di, A Di Đà
Nam mô, nam mô Phật
ai vừa buông tiếng nấc
hỏi nghiệp đời nông sâu

lật từng câu kinh kệ
niệm thần chú Di Đà
nguyện cuộc đời dâu bể
sớm một ngày nở hoa

có bước qua bể khổ
mới hiểu cuộc trầm luân
xin một lần giác ngộ
cho được bình thản, tâm

Phật phát lời thệ nguyện
chúng sanh còn gọi tên
còn một lòng hướng thiện
sen hồng nở cạnh bên

đừng gieo chi trái đắng
đừng khởi tánh yêu ma
đức năng là thắng số
giải nghiệp có nào xa"

(trọn bài Đức Năng Thắng Số)

Có thể đây chỉ là lặp theo những rao giảng đạo lý quen thuộc, những tâm niệm căn bản của một con người bình thường. Nhưng đọc có vần có điệu, nghe lâng lâng trong lòng. Dễ cảm nhận ra những lời ru, lời dặn dò truyền thống của một dân tộc giàu nhân nghĩa. Dĩ nhiên nhận thức sơ đẳng riêng tôi khác với nhiều người. Tôi thường đọc thơ người khác trong vai trò chính tôi đang viết. Luôn tự nghĩ viết như vậy đã đủ nói lên những gì mình muốn nói chưa. Chừng một nửa tôi đồng tình với tác giả. Chừng một nửa tôi muốn có ít nhiều thay đổi. Điều này thật dễ hiểu, bởi ngay bài viết của chính mình khi đọc lại cũng muốn làm khác đi ít nhiều, dù không hẳn hay hơn, mới hơn.

Trong bài Bóng Tà Vắt Ngang Vai, tiếp liền phía sau, tôi thích những câu:

"trăng chưa nhú đã già
đường chưa đi đã tận..."

"một niệm rồi một niệm
cát bụi về hư không..."

"chân bước xuống cánh đồng
thân thơm mùi lúa chín..."

"sắc hương như bánh kẹo
khó giữa định tâm thiền..."

Mong quí bạn sẽ tìm đọc bài thơ này để thấy ngôn từ và hình ảnh Đặng Tường Vy dùng đều đẹp. Không chỉ bài này, những câu óng ánh như trên còn gặp rất nhiều trong ngũ ngôn của Đặng Tường Vy. Xin nêu tiêu biểu một số tên bài cùng thể loại: Chợ Đời Thôi Mặc Cả, Lời Yêu Dấu Lìa Cành, Anh Đừng Ngoan Anh Nhé, Lẳng Lơ Nào Bán Mua, Xếp Tình Về Ngõ Không...

Riêng bài được dùng làm tên cho cả tập thơ lại là bài ngắn nhất, Thanh Xuân Đi Vắng, chỉ bốn câu:

"Ngày thanh xuân đi vắng
đất khô hanh tiếng cười
ru hồn em biển lặng
ngày lạc ngày... ngày trôi"

Trong "Tứ tuyệt" có đủ thiên nhiên, con người và cái tôi. Hẳn tác giả rất ưng ý. Nhưng riêng tôi không thấy thích bằng nhiều bài khác. Có thể tính tôi vốn lòng thòng rườm rà ưa dài hơi chăng?

Thể loại tiếp theo trong thi phẩm là thơ bốn chữ, tác giả viết 4 bài: Buông Mùa Oan Trái, Lòng Ta Chất Vấn, Mặt Trời Nói Nhỏ, Mưa Rơi Khoảng Lặng.

Bài đầu có 12 câu:

"thơ chết trong lòng
tình đông chín rụng
ta gieo hạt giống
chờ mùa trổ bông

ta đi đi mãi
bụi lấm đầu tay
gánh mùa oan trái
oằn cả đôi vai

ngày sau bóng đổ
rêu trổ vàng sân

nghiệp đời sóng vỗ
chớ đổ trời gần"

Thơ bốn chữ thường có lợi thế dễ phổ nhạc hay, tương tự như thơ tám chữ, câu thơ thường được chia đôi khi viết thành ca khúc. Nhận xét này có thể làm trò cười cho quí bạn nhạc sĩ giỏi phổ thơ như Vĩnh Điện, Phan Ni Tấn..., Nhưng không sao, quí ông này tôi có hân hạnh được quen có cười cũng lành thôi. Bạn tôi.

Sau Tứ Ngôn, tác giả giới thiệu Thơ Mới

Thật sự tôi mù mờ thể loại này. Đây có thể là Thơ Tân Hình Thức? Thơ Tân Hình Thức có lẽ đa dạng, nhiều hình thức trình bày. Tôi đọc không ít, từng có ý định bắt chước theo thời, nhưng chưa dám thử lần nào. Đọc Thơ Tân Hình Thức, có bài tôi hiểu sơ sơ, có bài tôi lạc trong mê hồn trận, sợ bị tẩu hỏa, nên nhiều lần phải bỏ ngang. Dĩ nhiên lỗi ở người đọc không phải ở thơ. Tôi khoái những nhận xét của nhà thơ Trần Mạnh Hảo, cũng tin những tài năng như quí anh Ngũ Yên, Nguyễn Xuân Thiệp, Hoàng Hưng... Nhưng dễ gần nhất là thơ anh Vương Ngọc Minh, Hà Nguyên Du.

Thơ mới của Đặng Tường Vy có 8 bài. Bài nào cũng có tên dài. Tôi ghi tên bài thay vì trích nội dung và không dám ba hoa:

1. *Chim Di Trú, Lá Tiễn Câu Chào Ông Ả.*
2. *Khói Từ Trong Nhịp Thở, Khóa Ngặt Bước Chân Côi.*
3. *Mùa Thu, Mùa Tâm Thức Chín Câu Thơ Neo Bờ.*
4. *Chuyển Mùa, Chiếc Lá Vàng Ngôn Ngữ Lã Chã Rơi.*
5. *Giậu Mồng Tơi Con Trồng Lộc Xanh Biếc.*
6. *Em Đi Rồi, Biển Bồi Hồi Đan Sóng.*
7. *Con Sông Ngày Ấy, Nhớ Chuyến Đò Xưa.*
8. *Rét, Chiếc Lá Buông Mình Từ Giã Đời Nhau.*

Và 5 bài Thơ Tự Do nối tiếp trong phân loại, nói lên sự khác biệt giữa Thơ Tự Do và Thơ Mới. Thơ Tự Do là thể loại tôi có làm khá nhiều trong giai đoạn mặc áo quần màu ô liu, với Viên Đạn Cho Người Yêu Dấu, Nén Hương Cho Bàn Chân Trái (chung nhiều tác giả), Hòa Bình Ơi Hãy Đến (cùng Lê Vĩnh Thọ, Phạm Thế Mỹ).

Thơ Tự Do của Đặng Tường Vy, thường nêu lên những hình ảnh đối lập để suy tư về một vấn đề không quá nặng nề và rất giàu hình ảnh. Ghi nhận trong khi vừa đọc ở một máy, gõ ngay ở một máy khác có thể không chính xác, mời quí bạn thẩm định lại qua bài tôi trích tiêu biểu:

"Điệu bolero buồn thay lời muốn nói với thời gian
cây nghiêng phố, gió nghiêng lòng, em nghiêng tình con gái
thực hư, thành bại, em tù mù trong vòng xoáy vực sâu
bóng anh khuất, em vội vã nắm chặt tay
quá khứ trôi, bước chân anh lăn dài trên thềm ký ức"

(Rét, Chiếc Lá Buông Mình Từ Giã Đời Nhau)

Để đóng lại tập thơ, tác giả giao trách nhiệm cho 26 bài, thể loại dân tộc, quen thân như da thịt: Lục Bát.

Đây là thể loại thơ đã lâu đời, một phần biến thành nhiều câu hát của toàn thể người Việt Nam, trải qua nhiều thế thế hệ. Có thể âm điệu nhẹ nhàng, ngôn từ đậm đà của hơi thở đã ở sẵn trong máu người viết lẫn người đọc, nên qua nhiều đả phá. Lục Bát vẫn là lục bát. Đọc không thành tiếng hay ru nên lời vẫn phải hài hòa đi theo nhịp sáu và tám. Linh hồn của chúng ở đó, không mất, dù hình thức sắp xếp câu chữ phân chia, xuống hàng tùy nghi theo ý nghĩa nội dung. Thể loại lục bát thường cho những câu xuất thần cả thi vị lẫn dí dỏm. Thêm nữa, với lục bát, dễ đi tường tận những chi tiết một đề tài có chủ đích, định trước, thích hợp với việc tường thuật. Nhưng đọc từng cặp hai câu vẫn có thể tròn nghĩa.

Yếu điểm của chúng là có sức rủ rê người viết sa đà nhất, khó tránh sự dễ dãi trong sáng tác, tôi là một ví dụ cụ thể. Phương cách hay dùng chữ trong bóng đá "triết lý" làm thơ lục bát của riêng tôi là: ba câu nói đời thương + (cộng) một câu thơ như vậy đã đủ. Dĩ nhiên sai lầm. Đọc một hơi nhiều bài lục bát sẽ dễ gặp nhàm chán.

Lục bát thay đổi vị trí chữ trong câu dễ có mới lạ, có hiệu quả hay hơn. Nhưng cũng có người được ca ngợi nhiều quá rất dễ rơi vào chỗ mình làm cũ mình, và đôi khi trở nên tối nghĩa. Ghi nhận về thơ không ai giống ai. Bạn khó đồng ý với tôi, nhưng tôi không thể bày tỏ khác với ý tôi nghĩ. Và điều tôi sắp nói sau đây thật dễ gây ngộ nhận, tranh cãi.

Bất kỳ người làm thơ nào, kể cả những người không làm thơ tôi quen, đôi lúc họ hứng chí cũng xuất khẩu thành lục bát không tệ. Đương nhiên nhà thơ nào cũng có làm thơ lục bát, và trong số lục bát của họ đều có những câu thật tinh tế, thú vị. Lục bát của Đặng Tường Vy, bài nào cũng đăng báo được. Chị viết đều tay, nhưng không tạo thích thú bằng Ngũ Ngôn của chị.

"... Nụ hôn trái vụ già nua
bán thêm mùa nhớ gió lùa tóc phai
ngày em thẹn nép bờ vai
vẽ trong tiếng thở tương lai thật thà..."

(Tương Lai Thật Thà)

*"... Hoa nào lưu sắc giữ hương
để ta kiêu hãnh giữa sương khói đời
hỏi ai giữ mãi nụ cười
nhân quả ba đời cội rễ bám sâu*

*trọ đời trong chiếc bóng câu
tham sân giữ lấy làm giàu nghiệt oan
gục đầu bài toán giải nan
hỏi mai sau nữa ai tràn nghĩa xưa..."*

(Bài Toán Giải Nan)

    Nhà thơ Đặng Tường Vy là hội viên của Hội Nhà Văn thành phố HCM. Không rõ chị xuất ngoại lúc nào, nhưng hiện là chuyên viên ngành thẩm Mỹ tại Pháp. Chị có người bạn cũng là bạn tôi, hiện cũng cư trú tại quốc gia tư bản này, anh Hà Sỹ Liêm thi sĩ.

                                    Hà Khánh Quân (Luân Hoán)
                                           04-11-2019

CON SÓNG CẢM XÚC

Thanh Xuân Đi Vắng - Đây là tập thơ thứ 7 của mình. Thú thật mình dự định im lặng để nước cuốn xuôi dòng. Đã lâu rồi, mình không nhờ ai viết lời bạt hay đề gì cả. Với mình văn thơ cứ yêu và cháy hết mình là đủ. Nhưng tập thơ này mình có mời Nhà Thơ Luân Hoán (đang định cư tại Canada) chấp bút tặng mình đôi dòng. Với mình, đây là một cây đại thụ trong làng văn học Việt Nam & Hải Ngoại mà mình quý trọng. Một Nhà Thơ có tâm có tài. Nhân lúc trời còn trong, mây còn xanh, mình muốn lưu lại bút tích của Nhà Thơ.

Rồi một ngày, bất ngờ cơn sóng thần cảm xúc ập đến, phá tan sự bình yên trong tâm hồn Đặng Tường Vy. Một thứ cảm xúc vượt ngoài suy tưởng của tác giả, khi tác giả đăng bài thơ lên Facebook bạn bè khen rất nhiều. Nhưng đâu đó có những ánh mắt thơ thật thơ đã nhìn thấu tâm can tác giả. Thật chát, đấy cũng là nỗi niềm THANH XUÂN ĐI VẮNG.

Sau đây mình xin chia sẻ bài thơ:

TÔI TIỄN HỒN TÔI

Tôi tẩm liệm tôi một buổi chiều
Thơ buồn gánh chữ khóc cô liêu
Chiều bưng thúng nắng luồn sau núi
Gió thổi tàn mơ, đá thở phều

Tôi đứng nhìn tôi giữa biển người
Sương bàng bạc phất lá đùa vui
Cánh chim di trú vừa bay khuất
Tôi liệm hồn mình, suýt soát rơi

Tôi níu mùa thu, thu giãy chết
Lá vàng tiu nghỉu chít khăn tang
Cây trơ lá bảo ly không biệt
Cố đợi mùa sau, đợi ngút ngàn

......
Hỏi trời đã độ sao không lượng
Gió thổi tím hồn một nén hương?

11/11/19 Đặng Tường Vy

Sống một bài thơ, chết một mảnh hồn. Có gì lạ đâu? Chuyện văn thơ ấy mà! Có lẽ, sau tập thơ này, tác giả không còn lăn tăn với con chữ nữa. Gác lại chuyện gió mưa, hít thở thật sâu, bước đi thật chậm, nghe lòng mình nói gì qua chiếc lá mùa thu.

"Đông tàn không là tận
Chờ ngọn đuốc phục sinh
Soi từ trong tâm khảm
Sáng giây phút an bình."

(Trích: Xuân Xứ Lạ)

03.12.2109 Đặng Tường Vy

● *Xa quê nhớ núi cùng non*
Nhớ hương chái bếp nổ giòn tiếng than...

THƠ LỤC NGÔN

AI ƠI, ĐỪNG LAY NGỌN GIÓ

Có ai khâu giùm tuổi trẻ
Có ai nhuộm biếc mùa xanh
Để con quay về bên mẹ
Như ngày chân bước tập tành

Người ta nhuộm xanh mái tóc
Vụng về khâu vết chân chim
Thời gian chuyền nhanh chân sóc
Còn mẹ xin nhớ về tìm

Ngày kia vàng ươm chuối chín
Liêu xiêu dáng đứng mẹ già
Tuổi thơ tìm qua lăng kính
Nghẹn ngào nghĩa mẹ công cha

Ai ơi, đừng lay ngọn gió
Cuộc đời không rụng bên sân
Ai ơi, giữ giùm trăng tỏ
Cho mẹ tóc mãi màu xanh.

18/08/2019

THƠ NGŨ NGÔN

ĐỨC NĂNG THẮNG SỐ

A Di, A Di Đà
Nam mô, Nam mô Phật
Ai vừa buông tiếng nấc
Hỏi nghiệp đời nông sâu

Lật từng câu kinh kệ
Niệm thần chú Di Đà
Nguyện cuộc đời dâu bể
Sớm một ngày nở hoa

Có bước qua bể khổ
Mới hiểu cuộc trầm luân
Xin một lần giác ngộ
Cho được bình thân, tâm

Phật phát lời thệ nguyện
Chúng sanh còn gọi tên
Còn một lòng hướng thiện
Sen hồng nở cạnh bên

Đừng gieo chi trái đắng
Đừng khởi tánh yêu ma
Đức năng là thắng số
Giải nghiệp có nào xa.

18/09/2018

BÓNG TÀ VẮT NGANG VAI

Trăng chưa nhú đã già
Đường chưa đi đã tận
Cuội chiều nay chất vấn
Ta lặng lẽ cười khì

Đời người có mấy khi
Thân tìm kim đáy biển
Một niệm rồi một niệm
Cát bụi về hư không

Chân bước xuống cánh đồng
Thân thơm mùi lúa chín
Chân bước xuống vườn hồng
Hồn ngan ngát hương hoa

Đừng yêu nàng ngắt ngẻo
Đừng mến chị thủy tiên
Sắc hương như bánh kẹo
Khó giữ định tâm thiền

Mây nũng nịu thăm núi
Bóng tà lững thững trôi
Định mệnh dù may rủi
Chẳng tiếc gì lá rơi.

28/09/2018

Ý THÔNG

Em chấm ba chấm nhỏ
Xuống dòng thả hư không
Ý treo chờ trăng tỏ
Thuyền đời trôi mênh mông

Đặt chi nhiều câu hỏi
Đáp số tròn trịa không
Thời gian xanh xanh tuổi
Năm xưa nắng biếc hồng

Thu xứ người rất lạ
Em giữa biển người ta
Hơi ấm tình tan rã
Mông lung em nhớ nhà

Lá buông câu tình lỡ
Em buông niềm ước mong
Có gì đâu bỡ ngỡ
Chỉ là chút ý thông.

23/10/2108

CHỢ ĐỜI THÔI MẶC CẢ

Cởi chiếc áo mùa thu
Hồn em vừa rụng lá
Qua bao lần đặc xá
Giữa bao la bụi mù

Lúa chín đồng trĩu hạt
Hương phù sa đắp bồi
Sóng lòng thôi phiêu bạt
Ru mình chiếc bóng nôi

Có lạ gì vô thường
Có xa nào cát bụi
Tâm để dạ đo lường
Bụi trần sao sạch phủi

Chợ đời đặc tiếng rao
Em về không mặc cả
Hương đồng thơm nắng rạ
Chồi xanh cơn mưa rào.

08/11/2018

NGỌN GIÓ THA HƯƠNG

Gió khuya nói điều gì
Nghe như lời trinh nữ
Vừa dậy thì đêm qua

Em, lữ khách đường xa
Tiếng yêu thương đói dạ
Đêm nay em nhớ nhà

Quạ kêu chiều rách toạc
Mưa bạc trắng mái đầu
Gió cong mình múa hát
...
Khát đọt tình mía lau.

11/11/18 Đặng Tường Vy

BIỂN LẶNG

Biển chiều nay sóng lặng
Nàng thu thay áo vàng
Hải âu nghiêng cánh liệng
Mây trắng vừa bay sang

Đã bao lần đưa tiễn
Bước chân vùi đất sâu
Biển âm thầm lặng lẽ
Xoá tan vạn sắc màu

Biển mặc người tô vẽ
Biển mặc người đến đi
Biển tình sâu sâu thẳm
Hồn xanh biếc xuân thì

Sợi buồn neo biển vắng
Trĩu lòng bức chân dung
Mẹ hiền nơi xa vắng
Tiếng yêu đến khôn cùng.

14/11/2018

ÂM THANH SỎI ĐÁ

Gió thôi miên tình phố
Quấn quýt quanh hiên nhà
Đôi vai gầy bé nhỏ
Hương tóc thơm đàn bà

Sao anh không là gió
Vờ một lần ghé thăm
Tình em con ngách nhỏ
Ủ đời rêu xanh mầm

Phố nguyên trinh đến lạ
Tuyết rơi vương vãi chiều
Em tìm trong danh bạ
Nhắn đến ai lời yêu

Ôi vách ngăn địa lý
Tình rơi đáy giếng sâu
Sóng ngầm em nhân lũy
Sỏi đá vừa biết đau.

20/11/2018

MÙA CHIA PHÔI

Gió vô tình vuốt mặt
Cây im thin mỉm cười
Lá vàng thưa thớt rụng
Tình xanh mùa chia phôi

Hợp tan như nước trũng
Tụ khi gió thuận hoà
Mùa hạn chia vết nẻ
Tình giã biệt chia xa

Dư ảnh ngày hôm qua
Bèo hoa chia lối rẽ
Xanh thương tình cờ vẽ
Tiếc nhịp đời buông lơi

Ai điểm dát lưng trời
Tuyết lòng treo lủng lẳng
Nghiêng em mùa lẻ chẵn
Chuông tiết học vừa trôi.

22/11/2018

TÌNH NGĂN NGẮT NẮNG

Tình anh ngăn ngắt nắng
Tô thắm màu môi em
Đất nghèo khan mỏ quặng
Hồn trăng khuyết lưỡi liềm

Dốc tình say chếch choáng
Đốt cháy đời thiêu thân
Lửa tình ngun ngút sáng
Em ríu bước đời trần.

24/12/2018

XUÂN XỨ LẠ

Xuân về trên xứ lạ
Khát sợi hương quê nhà
Tình xanh xanh cỏ lá
Hẹn với nàng xuân xa

Đông tàn không là tận
Chờ ngọn đuốc phục sinh
Soi từ trong tâm khảm
Sáng giây phút an bình.

01/01/2019

LỜI YÊU DẤU LÌA CÀNH

Em thả diều no gió
Tô anh trên môi cười
Với tay em bắt nắng
Chang bóng anh ngời ngời

Một ngày anh là gió
Đưa thuyền em xa khơi
Một ngày trăng soi tỏ
Tình mây gió bời bời

Ngày kia anh đá sỏi
Con suối mềm em qua
Mùa thương đau đến vội
Rót đời nhau thật thà

Phố đông em ngược bước
Màu nắng cháy màu môi
Lá tình mang chấm hỏi
Lời yêu dấu lìa cành.

07/01/2019

NHỊP ĐẬP QUÊ HƯƠNG

Cây bạc đầu thương nhớ
Trắng lòng trời tha hương
Mùa xuân trong nhịp thở
Cội yêu trái chín vườn

Quê nhà con én liệng
Chúm chím chào xuân sang
Đông xứ người buốt quyện
Nhớ hoa khế đầu làng

Ngoại chờ con thăm viếng
Thắp nén hương ấm lòng
Xuân đến rồi xuân chuyển
Ngoại sáng vầng trăng trong

Con đi xa xa tít
Ngày trở về dần thưa
Ngoại suối vàng u tịch
Chờ nén hương giao thừa

Khói loang tình ly biệt
Phù dung chóng vánh tàn
Trăng xứ người điểm khuyết
Tình ngoại chan chứa chan.

21/01/2019

MÙA ĐÔNG TRẮNG

Đông về trên môi em
Nẻ khô niềm đất hứa
Trời đêm là điểm tựa
Đông trắng mùa xanh xao

Em đếm chuỗi ngọt ngào
Tình xâu chưa đủ hạt
Cánh chim trời phiêu bạt
Giữ mây lòng thanh cao

Lời hứa tiễn câu chào
Giăng buồn nơi xứ lạ
Ngày mầm xanh trổ đá
Em bước đằng đẵng xa.

14/01/2019

TRẮNG MÙA HOA

Em thấy sóng đáy sông
Khi nỗi buồn hoa trổ
Tiếng chuông lòng rung đổ
Chánh niệm xanh cánh đồng

Em quay về ngõ không
Tìm an nơi biển vắng
Hiểu men đời vị đắng
Biết mây nắng chưa hồng

Hinh sin đời bẻ cong
Mùa thanh xuân mất trắng
Âm ngôn trong khoảng lặng
Đưa thuyền rời bến mê.

09/03/2019

HOA NẮNG

Sài Gòn hoa nắng đỏ
Em góc nhớ quê người
Hỏi sao đời đánh đố
Rám nắng màu hoa môi

Em thẫn thờ góc nhớ
Rượu tình nghiêng chén mời
Phương xa lòng bão tố
Hỏi sao thuyền ra khơi

Chuông giáo đường vang đổ
Em chân bước lẻ loi
Nhờ bồ câu nhắn hộ
Phố còn nghiêng bóng chờ.

16/03/2019

HỒN EM GÕ CỬA

Hồn em vừa gõ cửa
Khi tiếng yêu dậy mùa
Cuộn mình trong gấm lụa
Nghe đau lùa giậu thưa

Hồn em thơm nắng mới
Trải vàng bông cỏ mây
Hỏi người xưa còn đợi
Một ngày tình chín cây

Em về nơi xứ lạ
Bỏ mùa xưa quê nhà
Mưa đùa xanh nõn lá
Én quê nhà liệng ca

Lửa lòng nung đỏ đóm
Rực trang cổ tích yêu
Mật tình phơi nắng sớm
Hay đau vừa hoá rêu.

20/04/2019

XANH DÒNG TƯƠNG TƯ

Bên này xanh biển nhớ
Bên kia đỏ trời thương
Cánh chim trời say gió
Liệng tìm chút tơ vương

Em về nơi xa vắng
Gói anh trong giấc nồng
Tìm nhau trong đêm trắng
Sợi tình đông giá đông

Một ngày em là biển
Xanh biếc những đợi mong
Con tàu anh lạc bến
Dã tràng tiếc hoài công

Chiều nay con nước ròng
Trăng hẹn mùa sau nữa
Tương tư biển xanh dòng
Trang thơ tình đỏ lửa.

22/03/2019

MÙA XƯA ĐÂU RỒI

Nhạc: Lê Trung Tín
Thơ: Đặng Tường Vy

Tình cảm

Sg. 16. 5. 2019

MÙA XƯA ĐÂU RỒI

Em tìm về phố cũ
Hỏi mùa xưa đâu rồi
Nắng chang ngọn mỉm cười
Mùa xưa giờ rất lạ

Phố, người xe hối hả
Không bông súng bông sen
Không đom đóm soi đèn
Mo cau không người kéo

Không cầu tre lắc lẻo
Trẻ thơ không tiếng cười
Ipad là trò chơi
Co mình nơi góc nhỏ

Lời mẹ ru ngọn gió
Khua lá chồi non xanh
Con chân bước sẩy cành
Muộn mằn đêm sám hối

Mùa xưa giờ bối rối
Buông tiếng nấc nghẹn ngào
Đành gởi lại câu chào
Vách sầu giăng lối cũ.

16/05/2019

ANH ĐỪNG NGOAN ANH NHÉ

Lửa lòng quên khoá trái
Sôi sùng sục đông tây
Mùa xưa vàng hoa cải
Ai sưởi tình đêm nay

Anh có hay biển rộng
Vẫn nhớ con sông dài
Lòng dâng từng đợt sóng
Em buốt lạnh bàn tay

Anh biết không đêm mệt
Sao trời tàn cuộc vui
Con gà chăm tiếng gáy
Em tiếc nhớ ngậm ngùi

Em vẫn là em đó
Môi hồng vẫn còn xinh
Nuôi chi loài tảo đỏ
Chết nụ hôn chúng mình

Đêm mệt rồi đêm ngủ
Em rắc ánh cầu vồng
Anh đừng ngoan anh nhé
Biển chiều nay trôi bồng.

27/05/2019

CHIỀU NGƯỢC GIÓ

Trái tim quên đốt sưởi
Nhốt nỗi buồn lên men
Ta ngày tháng say mèm
Ngẩn ngơ lòng với phố

Ánh trăng vàng múc đổ
Đếm bước thời gian qua
Ta dõi bóng tìm ta
Trong một chiều bão tố

Qua hỉ, nộ, ái, ố
Chìm mình nơi bến mê
Cô độc trong bốn bề
Lặng im nghe đất thở

Bao giờ ưu đàm nở
Đốt cạn ngày xa hoa
Chăm vết xước thật thà
Gởi buồn theo gió lạ.

29/05/2019

THANH LÝ NỤ CƯỜI

Em bỏ quên ngày cũ
Trong kí ức non xanh
Em bước vội qua nhanh
Sợ cành cong chân vướng

Em đóng khung độ lượng
Bao dung kí gởi người
Em thanh lý nụ cười
Xếp mình vào ngăn nắp

Em nghĩ đời tăm tắp
Như bài toán cộng trừ
Ngày đôi chân mỏi nhừ
Em giải sai bài toán

Em đầu tư chứng khoán
Đặt cược hết niềm tin
Tìm ngày cũ chính mình
Chờ mùa sau hoa nở.

27/06/2019

NĂM TRĂM NGÀY XA MẸ
(Tặng con nhân ngày sinh nhật tròn 18 tuổi)

Con chưa lần nhập ngũ
Vội tiễn bước chân xa
Ngoại thấp thỏm quê nhà
Con lần đầu xa tổ

Đếm hoa vàng mấy độ
Con mười tám mùa xuân
Mẹ tay đỡ tay nâng
Mong con ngày khôn lớn

Hà Nội dang tay đón
Con tập tễnh trường đời
Dẫu có là trùng khơi
Hãy bình tâm con nhé

Năm trăm ngày xa mẹ
Mừng sinh nhật buồn tênh
Khoảng lặng cứ trôi dềnh
Niềm tin mai trời sáng

Mong con ngày danh rạng
Mong con đủ trí minh
Mong con vững tâm bình
Mẹ an lòng quẳng gánh.

02/07/2019

LẲNG LƠ NÀO BÁN MUA

Ai thả hồn chơi vơi
Dệt nỗi buồn thành kén
Mây đen chờ lửa bén
Gió lộng lùa tay thưa

Đắp chăn che bốn mùa
Ru tình trong gấm lụa
Nỗi buồn không điểm tựa
Lẳng lơ nào bán mua

Tìm mình trong thắng thua
Ai bạn tình đêm trắng
Lưu ly vàng bạt nắng
Chia ly im thít chờ.

04/07/2019

CÕI RIÊNG EM

Gió biểu tình môi em
Lấp đầy đêm trống vắng
Em nuốt từng giọt đắng
Tiếc xuân bồng bềnh trôi

Gió thơm nghiến bờ môi
Con tim em bật máu
Lật tìm nơi nương náu
Hay bờ thương siết ghì

Gió gảy khúc tình si
Trong đêm đông giá rét
Bài ca không đoạn kết
Em men lần bờ quên

Sương rơi thấm cỏ mềm
Lòng dặn lòng thôi nhớ
Gió buồn ngưng nhịp thở
Em bước vào cõi riêng.

12/12/2018

TIỄN LÒNG HÔM TRƯỚC

Có nỗi buồn đi qua
Dừng nơi bờ mi cũ
Lưỡng nan chuyện thứ, tha
Nghiệp căn trồng vừa đủ

Có sóng cuộn đáy sông
Có qua mùa bão lũ
Hôm nay nắng tô hồng
Vẽ lằn ranh tán tụ

Chuyện đến đi đã đành
Nghiệp nợ làm sao xoá
Ngày sợi chỉ treo mành
Ta hỏi lòng ân xá

Một thời lá non xanh
Lệ sầu vương mắt biếc
Có chạm vòng tử sanh
Mới hay là chấm hết

Người đi, người cứ đi
Ta tiễn lòng hôm trước
Xoá hết nhật ký ghi
Ta soi tình ngọn đuốc.

15/07/2019

CHỜ XUÂN VỀ THAY LÁ
(Viết kỷ niệm 2 năm sinh nhật trên đất khách)

Mẹ lo sáng mây nhiều
Mẹ lo chiều nắng rớt
Con đi trong bóng rợp
Nào hay mẹ oằn vai

Cánh chim bằng tung bay
Trên bầu trời cao rộng
Khế quê nhà vàng mọng
Thương tình mẹ mía lau

Tháng chín ngày con chào
Cuộc đời vàng nắng ấm
Mẹ ngày đêm bồng ẵm
Con lụa là tấm thân

Xứ người đôi chân trần
Cành đa đa không đậu
Bặt thanh con sáo sậu
Nghe ruột đau chín chiều

Tìm mình trong cô liêu
Có hai mùa thay lá
Ngôn từ chưa kịp rã
Lạ quen chừ cũng quên

Ôm nỗi buồn không tên
Ủ vào mùa đông giá
Chờ xuân về thay lá
Nắng tô môi hồng xinh

Mẹ quê nhà bóng in
Vàng thương màu nắng lụa
Chiều đong giòn cây lúa
Mắt mẹ cười trong veo.

30/08/2019

XẾP TÌNH VỀ NGÕ KHÔNG

Dắt em đi ngược gió
Nhớ ngầy ngật lên men
Tìm anh trong bóng quen
Biển đen chưa lặng sóng

Phơi tình trong vô vọng
Xếp chật cả ngăn yêu
Rỗng em cơn mưa chiều
Dắt anh vào miền nhớ

Thu đắp chăn mùa lỡ
Ly cà phê cháy lòng
Lá phong chào nắng vỡ
Em nêm tình vào đông

Nẩy mầm trong sự sống
Là gì anh biết không
Đó là bài toán cộng
Cho đi đừng bận lòng

Quả nhân tờ giấy mỏng
Khi đủ gió tròn bong
Khi lật mùa đổ bóng
Nghiệp trổ đôi tay phồng

Tích rêu nêm ngày cũ
Xếp tình về ngõ không
Lạc mình nơi phố đông
Mắt chiều rơi chấp ngã.

16/09/18 Đặng Tường Vy

Nếu một mai...?

Nhạc - Cao Hoàng
Thơ - Đặng Tường Vy
12/2/2019

NẾU MỘT MAI

Nếu một mai xa vắng
Em có khóc từng đêm
Có nhớ vòng tay êm
Dìu em say lối mộng

Nếu một mai vắng bóng
Em có nhớ gì không
Có nhớ bờ môi nồng
Quyện trao niềm mơ ước

Nếu một mai lỡ bước
Lòng còn lại gì chăng
Tình đẹp thuở tròn trăng
Khắc ghi từng tấc dạ

Nếu một mai xa lạ
Tận sâu thẳm con tim
Vẫn rực sáng trong đêm
Hằn in hình bóng ấy.

07/06/2015

THANH XUÂN ĐI VẮNG

Ngày thanh xuân đi vắng
Đất khô hanh tiếng cười
Ru hồn em biển lặng
Ngày lạc ngày... ngày trôi.

26/12/2018

THƠ TỨ NGÔN

BUÔNG MÙA OAN TRÁI

Thơ chết trong lòng
Tình đông chín rụng
Ta gieo hạt giống
Chờ mùa trổ bông

Ta đi đi mãi
Bụi lấm đầy tay
Gánh mùa oan trái
Oằn cả đôi vai

Ngày sau bóng đổ
Rêu trổ vàng sân
Nghiệp đời sóng vỗ
Chớ đổ trời gần.

15/03/2019

LÒNG TA CHẤT VẤN

Trên đầu ngọn gió
Cong mình giọt mưa
Non màu trăng khuyết
Võng đời đong đưa

Tìm trong chánh niệm
Ngọn đuốc soi đường
Câu kinh chết lịm
Tình đời ủ rương

Buông son bỏ phấn
Buông bạn bỏ bè
Lòng ta chất vấn
Gió thổi hàng tre

Tô màu nắng mới
Dõi bước vô thường
Niệm lành sắc khởi
Lòng thôi gió sương.

10/06/2019

MẶT TRỜI NÓI NHỎ

Đưa em đến lớp
Mặt trời đỏ tươi
Mây vui đón bước
Xanh non mầm chồi

Sẻ con lúng liếng
Cùng em nói cười
Mẹ em thắp nến
Sáng choang cuộc đời

Mặt trời nói nhỏ
Bé ơi, bé ơi
Chim non rời tổ
Bóng đổ đi cùng

Ngày mai khôn lớn
Mắt trời cười nheo
Hoàng hôn ngả nón
Mẹ vầng trăng treo.

19/06/2019

MƯA RƠI KHOẢNG LẶNG

Chim non nức nở
Chim sáo lồng son
Mắt vương giọt lỡ
Đa đoan phận người

Trong tim gánh nắng
Nắng vỡ lưng trời
Mưa rơi khoảng lặng
Đong đếm tình đời.

12/09/2018

THƠ MỚI

CHIM DI TRÚ, LÁ TIỄN CÂU CHÀO ÔNG Ả

Thềm Tây ngăn ngắt tím, lả bước người tha hương
Thời gian ngoảnh đi, thoắt lại, nhặt nhạnh tá trời thương

Lưu vong đất, biệt tăm nhà, khát sợi nắng thềm
Noisy Champs
Ánh mắt con thơ khoá chặt ngôn ngữ tình đất vuông tròn
Tóc mẹ bềnh bồng, màu thời gian, màu quê hương... rộ mùa nhớ!

20/10/2018

KHÓI TỪ TRONG NHỊP THỞ, KHOÁ NGẶT BƯỚC CHÂN CÔI

Mặt trời quên tuổi mới hoàng hôn đọng khoé mi
Mùa nghiêng, giấc lỡ, lửa nhóm ran rát lòng tha hương

Thu về treo vạt nhớ vàng mưa trổ lềnh bềnh ước mơ xanh
Loanh quanh mây bước lội ngược dòng trôi mồ côi xứ lạ
Cánh gió đầu xuân thổi phừng phực ngọn nến cội nguồn... tan chảy.

29/10/2018

MÙA THU,
MÙA TÂM THỨC CHÍN CÂU THƠ NEO BỜ

Tĩnh tại, bức tranh đời thường được tô rõ nét
xanh trong
Lấy động làm an, lấy sang vẽ phận, trắng cánh vô
thường

Sương giăng đẫm áo lưng trời gột rữa bụi trần
trầm tích
Ngày tàn tro không nhịp thở, đất và nước tinh
khôi màu nắng mới
Trên mảnh đất chưa đặt tên bước đời bềnh bệch
mưa bóng bay.

11/11/2018

CHUYỂN MÙA, CHIẾC LÁ VÀNG NGÔN NGỮ LÃ CHÃ RƠI

Xao xác thông điệp yêu thương, mùa xanh đành hẹn lỗi
Rong rêu trổ ngời xanh phiến đá ngòi bút văn chương mắc cạn

Cây thoát y đứng giữa trời vươn vai vắt kiệt dòng tư tưởng
Viết cong ngòi, lá xếp mình ngăn nắp, tình phơi trắng lưng trời
Xé đêm, tìm trong tiếng gió, lật cuốn cẩm nang, bặt thanh loài sáo.

13/11/2018

GIẬU MỒNG TƠI CON TRỒNG LỘC XANH BIÊNG BIẾC

Rau đắng tràn vườn, quê nhà vắng bóng người thương trĩu lòng
Mảnh trăng gầy tình mẹ, rưng rức chùm mây mẫu tử

Cánh chim trời tít tắp, tít tắp, bặt tin đứa con xa
Cải vàng ngồng, gà gáy sang canh, nỗi nhớ đũng địu ríu nhau
Tìm khói hương quê nhà, sưởi tình xa xứ, nối bờ phân ly.

15/11/2018

EM ĐI RỒI,
BIỂN BỒI HỒI ĐAN SÓNG

Biển vẫn sâu, tình vẫn xanh, lòng em muối mặn
Tự bao giờ em đóng khung ngăn nhịp tình trước biển

Em bước ra khỏi đời anh, rời xa biển, quay lưng với sóng
Biển thinh lặng đến bạc đầu chờ vết hằn in trên cát trắng
Em về với phố ôm phận đàn bà bong bóng đầy tay.

27/08/2019

CON SÔNG NGÀY ẤY,
NHỚ CHIẾC ĐÒ XƯA

Sông ngăn, núi trở, mùa thay mùa lần lượt tiễn đưa
Đóa hồng thời gian dỗi nàng xuân sắc tiếng yêu lạc mùa

Đôi mắt anh chứa cả hồ thu ngôn ngữ tẩm đầy men vị
Em thung sâu độ lượng, xếp tình ăm ắp, ủ đời xanh trong
Mùa cây lúa cong lưng, sông ngưng nhánh thở, biển tình
về xuôi.

08/03/2019

RÉT,
CHIẾC LÁ BUÔNG MÌNH TỪ GIÃ ĐỜI NHAU

Điệu Bolero buồn thay lời muốn nói với thời gian
Cây nghiêng phố, gió nghiêng lòng, em nghiêng tình con gái

Thực hư, thành bại, em tù mù trong vòng xoáy vực sâu
Bóng anh khuất, bóng thời gian khuất, em vội vã nắm chặt tay
Quá khứ trôi, bước chân anh lăn dài trên thềm kí ức.

31/03/2019

THƠ TỰ DO

MÙA NHỚ TRONG TÔI

Ngày cuối thu, tôi rót nỗi nhớ ra tràn ly
Sóng sánh
Chúng cựa nhau thì thầm

Nỗi nhớ bén rễ xanh cành như mùa xuân đang náo nức trở về
Chùm khế ngọt quê nhà đơm hoa
Lá đỏ trời Tây chấp chới, kéo nghịch bước chân người tha hương
Nao nao nỗi nhớ!

"Thịt mỡ, dưa hành, câu đối đỏ
Cây nêu, tràng pháo, bánh chưng xanh"
Hương vị quê hương
Tình chôn nhau cắt rốn
Chín ngọt như câu đối mùa xuân

Mùa xuân ngấp nghé hay mùa xuân đang về
Xuân trong lòng
Xuân trong tôi
Mùa xuân hay mùa hội ngộ
Quê người, chân tôi chùn bước
Nhớ!

13/10/2018

MÙA AN NHIÊN CHÍN

Bẻ khoá tật nguyền tư tưởng
Sau hồi chuông sám hối
Sau trận cát bụi cuồng quay

Vô thường khoá chặt thanh xuân, níu ghì bước gió
Tâm hồn ngủ mê
Xác thân mê ngủ
Bờ neo chênh vênh nương nhờ Phật pháp
Hoá giải

Cát tường cội phúc
Hỉ xả bùa mê
Từ bi chín vụ trĩu đòng bờ thương

Mong ngày gặt hái
Mùa xanh biếc xanh, mùa an nhiên chín
.....
Tự tại!

14/09/2018

XANH CHÙM KÝ ỨC

Vịn mùa thu nuôi lớn chùm kí ức
Xanh um
Mùa lá me bay, mùa yêu thương trở gió
Mùa chở mùa tìm về cội xưa

Sài Gòn thưa, Sài Gòn xưa
Người Sài Gòn rặt giọng Sài Gòn, chân chất, hiền hoà, hiếu khách
Ly nước lọc, chút lòng thơm thảo, sưởi ấm tình tha hương

Sài Gòn bao dung
Sài Gòn dang rộng vòng tay che cả bầu trời hình chữ S
Tứ phương hội tụ
Sài Gòn thay da đổi thịt
Lạc giọng Sài Gòn
Lạc bước chân người Sài Gòn

Giữa dòng người vội vã
Vô tình nhìn nhau, hờ hững qua nhau... mờ nhạt
Ly cafe lẻ bạn
Vẽ chùm ký ức Sài Gòn xanh um.

15/10/2018

DÒNG SÔNG NGHIỆT NGÃ

Đêm qua, gió dậy thì tung tăng trên mảnh đất Sài Thành
Mưa tuôn trút như được hồi xuân
Cây lá hấp hối
Giao thông bức tử
Con người mong manh đến cạn

Đêm dài vô tận
Người vô gia cư, thêm lần nữa oằn mình trước biển trời mênh mông
Chuột leo rào
Chim di trú
Còn họ? biết về đâu?

Trong cái rét run bần bật, không có gì để mất, không còn gì để đau
Họ câm lặng trước số phận
Nép mình bên dòng sông nghiệt ngã
Chờ nước cuốn...

25/12/2018

NỖI NHỚ LÊN MEN

Con à, thêm tờ lịch cuối rơi
Mẹ đếm ngược thời nhặt yêu thương xâu vào chuỗi nhớ
Gió xứ người thông thốc lấp đầy giấc mơ của mẹ

Nhiệt độ nợ nần quanh năm
Mẹ nợ con lời yêu thương chín rụng
Lạc lõng bước chân
Lạnh giá tâm hồn

Đông tàn hoa khai
Mẹ lại đếm thêm từng giây phút để được ôm quê hương vào lòng, như bài ca chùm khế ngọt
Mẹ thổi chín ước mơ
Sưởi ấm tâm hồn
...
Ôm con trẻ chặt lòng, nghe nỗi nhớ lên men.

30/12/2018

THƠ LỤC BÁT

SẦU RƠI PHIẾN ĐÁ

Mấy ai giữ được tâm tròn
Mấy ai giữ được tánh con trong người
Thu qua mấy bận trong đời
Sầu rơi phiến đá, tình phơi trắng tình?

07/09/2018

BÓNG NGẢ CHIỀU

Ngả chiều còn đó một tôi
Con tàu khuất bóng tạc đời tha hương

Tôi đi khắp nẻo cùng đường
Tìm gì trong bóng vô thường ngụy trang

Tôi tìm trong gói cẩm nang
Tham sân gỡ bỏ, thôi ràng buộc yêu

Nhìn tôi trong bóng ngả chiều
Nhớ con thơ dại, nhớ điều mẹ răn

Phố chiều tay nắm cung trăng
Còn tôi tay gói điều hằng khát khao.

10/09/2018

NGHIỆP CĂN TRỔ ĐÒNG

Hứng cành dương liễu ban trưa
Con về gội sạch bão mưa trong lòng
Hỏi sao đi bão về giông
Hỏi sao đứng giữa cánh đồng bơ vơ

Lật sâu cội rễ căn cơ
Tìm trong nhân quả ban sơ gieo gì
Tánh linh Bồ Tát từ bi
Nhất tâm khấn nguyện chuyển di nghiệp trồng

Nghiệp căn như lúa trổ đòng
Đến ngày gặt hái trắng lòng phơi đêm
Hỏi sao đậu phải cành mềm
Hỏi sao phúc mỏng như rèm chỉ thưa

Bao giờ trái chín vào mùa
Bao giờ thôi hết được thua cõi trần
Đêm nay hạt chuỗi xoay lần
Tự tay tháo gút tham sân đời mình
......
Nguyện cầu Bồ Tát tánh linh
Độ con sưởi ánh bình minh đạo tràng.

17/09/2018

VÀNG BAO NHIÊU LÁ MÙA THƯƠNG TRỞ VỀ?

Em đi tít tắp nẻo đường
Lá xanh viền mí giọt sương đầu mùa

Gió lùa mờ dấu chân xưa
Bồ câu nhắn nhủ mùa chưa chín cành

Bao lần thầm gọi tên anh
Tiếng yêu lưng lửng bởi ranh giới tình

Đêm nay em lại một mình
Phủ trắng tâm tình trong giấc mù sương

Tô son điểm lại má hường
Vàng bao nhiêu lá mùa thương trở về?

24/10/2018

ĐẶNG ĐỪNG LẠ QUEN

Thu về ríu bước trời Tây
Hồn em mở cửa đón ngày không anh
Vuốt chùm ký ức treo mành
Rách bươm ngày cũ buông nhành tích xưa

Trời Tây mùa lạc bước mùa
Bàn tay năm ấy còn thưa thớt tìm
Chữ treo trên đỉnh lung liêng
Vần thơ em viết chung chiêng trả đời

Bến buồn tóc rối tả tơi
Ẩm rêu thềm cũ tiếc thời nồng men
Ao nhà có rộ mùa sen
Quê người em bước lạ quen ngập ngừng

Chào nhau tiếng đặng tiếng đừng
Úa lòng xứ lạ lưng chừng, nghiêng em
Tên anh phố gọi từng đêm
Góp gom bóng nhớ em nêm giấc lành.

26/10/2018

CHÁI BẾP QUÊ NHÀ

Chiều nay chân lạc phố đông
Thơm hương chái bếp mà lòng nao nao
Vị tiêu, chanh, ớt năm nào
Nhớ cơm mẹ nấu ngọt ngào thương yêu

Xứ người thèm bát canh riêu
Thèm con cá nhỏ kho tiêu ớp hành
Thèm câu nói lẫy mẹ dành
Khi con về muộn mẹ canh cửa chờ

Giờ con tìm mẹ trong thơ
Xứ người sương lạnh bạc phơ tấc lòng
Quê nhà tre đổ lưng còng
Hỏi con gái nhỏ tàn đông có về?

29/10/2018

CHIẾC Ô TÌNH MẸ

Con thèm cá lóc canh chua
Hương thơm hành tỏi gió lùa qua song
Vị tiêu rắc cá rô đồng
Đĩa rau muống tỏi đợi mong con về

Trời Tây sương lạnh tứ bề
Giày sang áo đẹp vẫn tê buốt lòng
Chân con chùn bước phố đông
Tìm nghe giọng nói Lạc Hồng, bỗng vui

Xứ người sương tuyết ngủ vùi
Nâng ly rượu đắng nhấp mùi tha hương
Chuyện đời con viết từng chương
Viết khi tắt lối cạn đường mực khô

Con đi để lại chiếc ô
Đó là tình mẹ biển hồ bao la
Xứ người con hứng sương sa
Nhớ sao là nhớ quê nhà MẸ YÊU!

17/11/2018

ĐÔI LỜI CÒN XANH

Xuân này con có về không?
Mặc chiếc áo bông lòng giá bốn mùa
Con thôi đi sớm về trưa
Trong vòng tay mẹ võng đưa ơi à

Chiều thu ngọn gió la đà
Bước chân lữ thứ nghe già ngãi nhân
Quê hương tiếng vọng xa gần
Thuyền trôi ngược nước già lần nói yêu

Quê người sương khói lều bều
Nằm trong chăn lạnh phủ rêu tâm hồn
Thơ tình viết trắng lá môn
Mai sau ép vở dại khôn để dành

Mẹ ơi, con nhớ Sài Thành
Gió mùa xứ lạ lớn nhanh dậy cuồng
Nâng ly dốc cạn cội nguồn
Sóng lòng gào thét quẳng buông gánh đời

Quê mình én liệng lả lơi
Con về gặt hái đôi lời còn xanh
Tình quê trái chín trĩu cành
Lời thơm tiếng thảo để dành cho nhau
....
Mẹ ơi, mưa nắng dãi dầu
Trắng trời, tím chữ, con khâu nỗi niềm.

07/01/2018

CHẮT CHIU KỈ NIỆM

Mai quê nhà, tròn năm cánh
Đứa giữa bờ thương lòng lạnh giá lòng
Ơ hay ai uốn dòng sông
Để cho phận gái mênh mông biển trời

Đầu đông ngọn gió lả lơi
Quạ kêu lanh lảnh nghe đời mưa sa
Con chim sẻ nhỏ xa nhà
Nhớ hàng bông bí vàng hoa mẹ trồng

Nhớ mùa điên điển trổ bông
Nước nổi trắng đồng rộ bóng cá linh
Đứng trên mái ngói soi mình
Bông sen bông súng vẫn lung linh cười

Nỗi nênh cho cái phận người
Cày sâu cuốc bẫm cũng đời bần nông
Theo con nước lớn qua sông
Rét sương xứ lạ nhớ công sinh thành

Chắt chiu kỉ niệm ngày xanh
Đan tình cắt rốn dệt thành bài thơ
Giấu trong tiếng thở im tờ
Bật ngàn con sóng tím bờ tha hương.

11/12/2018

TƯƠNG LAI THẬT THÀ

Tiếng yêu em đã xếp vần
Gieo vào lối nhớ cho mầm say men
Hoa cau rụng trắng ngoài hiên
Tiếc nàng xuân sắc bạc đen lỗi mùa

Nụ hôn trái vụ già nua
Bán thêm mùa nhớ gió lùa tóc phai
Ngày em thẹn nép bờ vai
Vẽ trong tiếng thở tương lai thật thà

Lạc lòng anh bước nẻo xa
Em mang bóng nhớ làm quà cho riêng
Xứ người đông gọi khản tên
Xới ngăn kỉ niệm xót miền không anh

Hợp đồng mua bán có thành
Em xin bán cả xuân xanh đổi người
Càn khôn em cố xoay dời
Tìm trong hơi thở bóng người em yêu.

19/12/2018

CON CHỮ BIẾC XANH

Lòng như chăn mỏng mùa đông
Trách sao vạt nắng đi không trở về

Giọt sương ru giấc ngủ mê
Quạ kêu xé toạc lời thề năm xưa

Quê nhà nắng cõng đọt dừa
Có con sáo sậu cánh vừa bay qua

Mười thương ngọt lịm tiếng ca
Níu bàn chân nhỏ bóng tà vờn quanh

Một ngày con chữ biếc xanh
Hồn em chín rụng đón anh trở về.

20/12/2018

NOEL XỨ LẠ

Giáo đường vang tiếng kinh cầu
Con, người ngoại đạo cúi đầu nguyện xin
Cầu xin thế giới an bình
Cầu xin Đức Mẹ tánh linh độ đời

Câu kinh chửa thuộc một lời
Bởi do ngoại đạo con lơi thánh đường
Giáng sinh lạc bước tha hương
Nhớ quê nhớ cả con đường thân quen

Xứ người như ốc mượn tên
Tèm nhem mắt lá, sương mềm vỡ đôi
Nhẫn lòng nước chảy bèo trôi
Lụa mềm canh cánh vùng trời thái lai

Ngựa hay phải chạy đường dài
Ba chìm bảy nổi mày ngài điểm trang
Nào mơ chân bước xênh xang
Chỉ mong vở lật sang trang mãn lòng
....
Bẻ đôi bong bóng phập phồng
Xứ lạ theo chồng tiếc nụ tầm xuân.

22/12/2018

BÀI TOÁN GIẢI NAN

Có ai còn nhớ tên nhau
Ngày sau sỏi đá thay màu thời gian
Một ngày sân khấu buông màn
Hỏi người nghệ sỹ cung đàn còn vương

Hoa nào lưu sắc giữ hương
Để ta kiêu hãnh giữa sương khói đời
Hỏi ai giữ mãi nụ cười
Nhân quả ba đời cội rễ bám sâu

Trọ đời trong chiếc bóng câu
Tham sân giữ lấy làm giàu nghiệt oan
Gục đầu bài toán giải nan
Hỏi mai sau nữa ai tràn nghĩa xưa
....
Bốn mùa hương sắc chen, đua
Duyên lành gieo cấy bội mùa bình yên.

02/01/2019

BẮT ĐỀN NGÀY XƯA

Xua đi giấc mộng kê vàng
Giọt sương lóng lánh rẽ làn về không
Hôm qua em má xinh hồng
Nắng hôn phấn nhạt gởi đồng gió bay

Xua đi chiếc bóng tình phai
Trả tà áo lụa cho ngày biếc xanh
Nắng chiều môi uốn cong vành
Mắt răm liếc nửa buông mành gạ đêm

Nửa đời rong ruổi đi tìm
Tìm trong hư ảo ngỡ đêm là chiều
Lửa tình líu ríu liu riu
Uống cay mắt nắng, đìu hiu mưa lòng

Tìm gì rêu ẩm trổ bông
Dáng em còn đó, chiều cong vênh chiều
Đường về chân bước liêu xiêu
Chao nghiêng dáng Lụa, chữ yêu bắt đền.

06/01/2019

BỒ HÒN NGỌT THƠM

Cố lau sạch bụi trong lòng
Chờ ngày nắng đẹp đem hong ấm tình
Đắp chăn giữ lại bóng hình
Không nghiêng cánh mỏi không thình lình rơi

Xuân khoe áo mới rợp ngời
Em về quê mẹ xâu lời yêu thương
Sài Gòn hoa đã nụ đơm
Người con xa xứ thảo thơm trở về

Sài Gòn vẫn đó hàng me
Biếc ngàn thương nhớ thả se sắt lòng
Tay ôm trời đất say bồng
Sưởi tình cắt rốn bồ hòn ngọt thơm

Tấc lòng thôi vướng rạ rơm
... .

15/01/2019

HẠT SƯƠNG VÔ THƯỜNG

Cái hoa cười toét mắt na
Cánh vương xuân mới, cánh già lời chia
Nắng nào dậy sớm thức khuya
Cho hoa đẹp với ai kia ngàn đời

Cái xuân mượn gió lả lơi
Lời yêu chưa chín đã bồi hồi tan
Ta đem sợi nhớ treo giàn
Chờ mai trổ nụ phúc đan lưới tình

Sắc không, không sắc vô hình
Không sinh chẳng diệt, ta bình thân tâm
Khuất chiều mộng ánh trăng rằm
Họa trôi biền biệt, phúc tầm chặt tay

Đức gieo trong ánh ban mai
Nghiệp sâu sâu mấy cũng lìa lạc nôi
Cạn đời còn đó một tôi
Vách sầu ôm lấy chiếc phôi vô thường
....
Lộng tình trắng hạt mù sương
Bùa mê xin gỡ, soi gương chính mình.

06/02/2019

BÊN THỀM VÔ ƯU

Ta đan kín sợi lạt mềm
Cột nhân cột nghĩa vào thềm vô ưu
Trăm năm tình khuyết lời ru
Lạ gì những áng mây mù nghịch duyên

Xứ người khát tiếng vành khuyên
Nhớ con sáo sậu hót luyên thuyên chiều
Hè sang gió chở cánh diều
Chuồn chuồn cao thấp gợi điều nắng mưa

Võng đưa kẽo kẹt ban trưa
Mo cau kéo vội trò đùa tuổi thơ
Quê nhà cháy bỏng giấc mơ
Tìm con bướm trắng đậu bờ bìp leo

Tập tành chân bước cà kheo
Lật trang vở mới thấy nghèo nét quê
Dường như chữ lấn sang lề
Trút hơi thở nhẹ ta về lối xưa
… …
Nhẹ hều câu chuyện nắng mưa
Lòng thôi mọng cánh, gió lùa mé hiên.

27/02/2019

HÁI DƯ NỤ CƯỜI

Đêm nay sương trắng về đâu
Chở hộ em gái đôi câu đến người
Đêm nay trút cạn rượu đời
Hỏi sao hạnh ngộ gọi mời chia ly

Chia ly vẽ nết nhu mì
Để người ở lại ôm ghì nét xưa
Cột anh nỗi nhớ rào thưa
Chim kêu vượn hú gió lùa lạnh lưng

Lạnh lưng chết nửa chừng xuân
Đêm nay nặng nhẹ đo cân cuộc đời
Xuân về trên khắp xứ người
Cánh Tường Vy nhỏ vẫn ngồi tương tư
......
Tương tư trăng sáng tròn thu
Em vào mùa gặt, hái dư nụ cười.

21/03/2019

HƯƠNG QUÊ NHÀ

Vị tiêu rắc cá rô đồng
Ngát hương tình mẹ tấm lòng bao la
Con đi biêng biếc trời xa
Trông về chái bếp hương nhà dạ nao

Tháng ba hoàng yến ngọt ngào
Cho con bán cái ba đào lênh đênh
Cò bay trắng cả ruột mềm
Sống trên đất khách nhớ thềm cội xưa

Bao giờ trời hết nắng mưa
Thì con mới hết dối lừa chính con
Bao giờ biển hoá thành non
Thì con mới hết mỏi mòn nhớ quê

Con đi chưa hẹn ngày về
Xứ người sương lạnh phủ bề bề giăng
Tre già cõng nhớ vì măng
Thạch sùng tắc lưỡi bảo rằng: Tiếc ghê!

24/03/2019

THƯƠNG CỘI NHỚ NGUỒN

Vân vê sợi chỉ vô thường
Lát thời gian mỏng như sương đầu cành
Hôm qua lộc biếc chồi xanh
Khoác mình chiếc áo lợi danh lập loè

Lập loè bóng đóm soi tre
Mẹ già ngóng trẻ hàng me cuối đầu
Thương đời mấy khúc nông sâu
Mẹ nay mái tóc bạc màu thời gian

Thời gian sương sớm giăng màn
Nắng chiều tất tả cháy ran phận người
Mong manh hàm tiếu nụ cười
Ơ hay, cát bụi rót ngời lời chia

Lời chia ai rót đêm khuya
Trò chơi cút bắt đầm đìa lệ tuôn
Phút giây thương cội nhớ nguồn
Mẹ già chín rụng bên vườn thời gian
... ...
Bao giờ tay nắm tròn gang
Bên cơm mẹ nấu giòn tan tiếng cười.

22/04/2019

NIỀM RIÊNG ĐỂ DÀNH

Đêm nằm khát nắng trời Tây
Nâng ly uống nhớ say ngây ngất lòng
Sài Gòn mây bán hàng rong
Nắm tay dắt phố đi vòng hàng me

Phượng hồng tô thắm trưa hè
Có con sáo nhỏ lạc bè Quê hương
Ve ca điệu lý mười thương
Em ngồi khắc nhớ vào chương sách đời

Sách in lạc mất nụ cười
Trời Tây nhớ mẹ trăng ngồi sau hiên
Mộng đời say giấc du miên
Nửa vòng trái đất niềm riêng để dành

Vẽ tình trên đám cỏ tranh
Quê hương niềm nhớ dỗ dành giấc mơ
Nổi chìm lạc bến xa bờ
Tình yêu xanh biếc đợi chờ từng giây.

27/04/2019

NHẶT NẮNG ĐỂ DÀNH

Ơi mình, yêu nữa nhau nha
Trăm năm đủ giấc cũng là chiêm bao
Với tay hứng trận mưa rào
Hỏi tình còn gói ánh sao để dành

Ơi mình, trăng thức tròn canh
Cũng như mình đó tập tành nói yêu
Lời trao nắng sớm mưa chiều
Có như ngọn gió cười điêu nửa vành

Ơi mình, nhặt nắng để dành
Mai sau trở gió mầm xanh trổ mầm
Có nghe tiếng gọi trăm năm
Yêu nhau mình nhé cho râm bóng đời

Đan tay cho nắng mỉm cười
Sông sâu sâu mấy giấc đời cũng tan
Tàn mơ một tiếng cười khan
Mình yêu nhau nhé cho vàng đá ghi
....
Ơi mình, mình nhé đừng đi
Tưới cho xanh lá Tường Vy... ơi mình!

13/05/2019

LẠC MÙA NẮNG CONG

Đong đưa chiếc võng tình yêu
Trời Tây sương lạnh ấm nhiều không em
Lòng anh mắc võng trời đêm
Tiếng kêu kẽo kẹt rúng mềm lòng son

Mai sau nhan sắc có còn
Lời yêu có ngọt có tròn như xưa
Em đi qua mấy mùa mưa
Quê nhà vạt nắng lạc mùa cong vênh

Thuyền say lạc sóng trôi dềnh
Duyên tình đợi tiếng bập bênh trái mùa
Võng đưa bên ngọn gió lùa
Anh van tình đấy, thôi đùa lệch duyên.

21/05/2019

TRẢ EM NGÀY ẤY

Sương rơi ướt chỗ em nằm
Lòng ran dạ rát kiếp tằm nhả tơ
Sương rơi ướt sũng vần thơ
Kín lề bít lối chữ lờ lững trôi

Buồn rơi ngọn gió rong chơi
Gạ tình xứ lạ lòng côi cút buồn
Thương mà nghĩ, nghĩ mà thương
Nhớ người mái tóc huyền suông lớn dần

Thu về lá trút vàng sân
Bóng anh lấp kín con trăng cuối đồi
Một dừng thôi, hai dừng thôi
Rào tâm đan ý cho đời sáng trong

Mai kia ngọn lúa trổ đòng
Quê nhà con én lượn vòng báo tin
Con cò thoát xác chính mình
Trả em ngày ấy, giữ tình đêm nay.

25/05/2019

CỢT ĐÙA PHẬN SỐ

Rượu ngon ai rót đêm đầy
Cho câu lục bát em gầy nét yêu

Hồng nhan em có bấy nhiêu
Lời thương trắng vụ, lời điêu trúng mùa

Hạn kỳ cải số thắng thua
Thanh cao ơi hỡi... sao thưa thớt tìm?

18/06/2019

ĐỐT THUỐC VÀNG TAY

Anh đừng đốt thuốc vàng tay
Bên này ngút khói trời vay nỗi sầu
Có gì đâu, có gì đâu
Lắng nghe lời gió thay câu giã từ

Cuộc đời ngồi đếm số dư
Chỉ mong lời lãi đến từ thiện tâm
Có nghe trời đất nói thầm
Tham sân cội rễ dậy mầm chia ly

Anh đừng đếm bước người đi
Viết câu lỗi hẹn chỉ vì bạc vôi
Ba đào sóng dạt sóng bồi
Ai bàn tay nắm khi đời giăng mây

Anh đừng đốt thuốc đêm đầy
Buôn thương bán nhớ tình phai sợi tình
Khơi trong gạn đục chính mình
Đất trời im tiếng, em thinh lặng cười.

12/06/2019

Mục lục

- *Tựa - Hà Khánh Quân*   5
- *Mở - Đặng Tường Vy*   17

Thơ Lục ngôn:
- *Ai ơi, đừng lay ngọn gió*   21

Thơ Ngũ ngôn:
- *Đức năng thắng số*   22
- *Bóng tà vắt ngang vai*   24
- *Ý thông*   26
- *Chợ đời thôi mặc cả*   27
- *Ngọn gió tha hương*   28
- *Biển lặng*   29
- *Âm thanh sỏi đá*   30
- *Mùa chia phôi*   31
- *Tình ngăn ngắt nắng*   32
- *Xuân xứ lạ*   33
- *Lời yêu dấu lìa cành*   34
- *Nhịp đập quê hương*   36
- *Mùa đông trắng*   38
- *Trắng mùa hoa*   41
- *Hoa nắng*   42
- *Hồn em gõ cửa*   43
- *Xanh dòng tương tư*   44
- *Mùa xưa đâu rồi*   46
- *Anh đừng ngoan anh nhé*   48
- *Chiều ngược gió*   50
- *Thanh lý nụ cười*   51
- *Năm trăm ngày xa mẹ*   52
- *Lẳng lơ nào bán mua*   54
- *Cõi riêng em*   55
- *Tiễn lòng hôm trước*   56
- *Chờ xuân về thay lá*   58
- *Xếp tình về ngõ không*   60
- *Nếu một mai*   62
- *Thanh xuân đi vắng*   64

Thơ Tứ ngôn:
- *Buông mùa oan trái*   67
- *Lòng ta chất vấn*   68
- *Mặt trời nói nhỏ*   69
- *Mưa rơi khoảng lặng*   70

Thơ mới:
- Chim di trú, lá tiễn câu chào óng ả 71
- Khói từ trong nhịp thở, khoá ngặt bước chân côi 72
- Mùa thu, mùa tâm thức chín câu thơ neo bờ 73
- Chuyển mùa, chiếc lá vàng ngôn ngữ lã chã rơi 74
- Giậu mồng tơi con trồng lộc xanh biêng biếc 75
- Em đi rồi, biển bồi hồi đan sóng 76
- Con sông ngày ấy, nhớ chiếc đò xưa 77
- Rét, chiếc lá buông mình từ giã đời nhau 78

Thơ Tự do:
- Mùa nhớ trong tôi 81
- Mùa an nhiên chín 82
- Xanh chùm ký ức 83
- Dòng sông nghiệt ngã 84
- Nỗi nhớ lên men 85

Thơ Lục Bát:
- Sầu rơi phiến đá 86
- Bóng ngả chiều 87
- Nghiệp căn trổ đòng 88
- Vàng bao nhiêu lá mùa thương trở về? 89
- Đặng đừng lạ quen 90
- Chái bếp quê nhà 91
- Chiếc ô tình mẹ 92
- Đôi lời còn xanh 94
- Chắt chiu kỷ niệm 96
- Tương lai thật thà 98
- Con chữ biếc xanh 99
- Noel xứ lạ 100
- Bài toán giải nan 101
- Bắt đền ngày xưa 102
- Bồ hòn ngọt thơm 103
- Hạt sương vô thường 104
- Bên thềm vô ưu 105
- Hái dư nụ cười 106
- Hương quê nhà 107
- Thương cội nhớ nguồn 108
- Niềm riêng để dành 109
- Nhặt nắng để dành 110
- Lạc mùa nắng cong 111
- Trẻ em ngày ấy 112
- Cọt đùa phận số 113
- Đốt thuốc vàng tay 114

Liên lạc Tác giả
Đặng Tường Vy
Luadang1976@gmail.com

Liên lạc Nhà xuất bản
Nhân Ảnh
han.le3359@gmail.com
(408) 722-5626